AF664552

ആനവാൽ മോതിരം

anaval mothiram

•

mullanezhi

•

first chintha edition
october 2013

•

second edition
december 2018

•

typesetting & published
chintha publishers, thiruvananthapuram

•

•

cover & illustration
sivan

വിതരണം

ദേശാഭിമാനി ബുക്ക് ഹൗസ്

H O തിരുവനന്തപുരം-695 035
phone: 0471-2303026, 6063026
www.chinthapublishers.com
chinthapublishers@gmail.com

ബ്രാഞ്ചുകൾ

ഹെഡ്ഡാഫീസ് ബ്രാഞ്ച് കുന്നുകുഴി • സ്റ്റാച്യു തിരുവനന്തപുരം • കെ എസ് ആർ ടി സി ബസ് സ്റ്റേഷൻ ആലപ്പുഴ • കെ എസ് ആർ ടി സി ബസ് സ്റ്റേഷൻ എറണാകുളം • മച്ചിങ്ങൽ ലെയ്ൻ തൃശൂർ • ഐ ജി റോഡ് കോഴിക്കോട് • മാവൂർ റോഡ് കോഴിക്കോട് • എൻ ജി ഒ യൂണിയൻ ബിൽഡിങ് കണ്ണൂർ • സെൻട്രൽ ബസ് ടെർമിനൽ കോംപ്ലക്സ് താവക്കര കണ്ണൂർ

CR - 1932 / 4796
ISBN - 978-93-83432-20-2

ആനവാൽ മോതിരം

(ബാലസാഹിത്യം)

മുല്ലനേഴി

ചിന്ത പബ്ലിഷേഴ്സ്
തിരുവനന്തപുരം-695 035

മുല്ലേനഴി

1948 മെയ് 16 ന് തൃശൂർ അവിണിശേരിയിൽ ജനനം. ഒട്ടേറെ നാടകങ്ങളിലും സിനിമകളിലും അഭിനയ മികവ് കാഴ്ച വെച്ചിട്ടുണ്ട്. കവി, സാമൂഹ്യപ്രവർത്തകൻ, നടൻ, അധ്യാപകൻ. ഉള്ളൂർ അവാർഡ് (1977), നാലപ്പാടൻ സ്മാരക സമിതി അവാർഡ് (1989), സാഹിത്യ അക്കാദമി അവാർഡ്, ഫിലിം ക്രിട്ടിക്സ് അവാർഡ് എന്നീ പുരസ്കാരങ്ങൾ ലഭിച്ചിട്ടുണ്ട്.

പ്രധാന കൃതികൾ: *നാറാണത്ത് പ്രാന്തൻ, രാപ്പാട്ട്, മോഹപ്പക്ഷി, സമതലം, കനിവിന്റെ പാട്ട്, ഹൃദയം പുഷ്പിക്കുന്ന ഋതു, അക്ഷരദീപം.*

2011 ഒക്ടോബർ 22 ന് അന്തരിച്ചു.

ഉള്ളടക്കം

ആനവാൽ മോതിരം

തിങ്കളാഴ്ച.

പതിവുപോലെ നേരത്തെ അവൻ സ്കൂളിലേക്കു പുറപ്പെട്ടു. തിങ്കളാഴ്ച ബസില് നല്ല തിരക്കാണ്. നേരത്തെ പോയില്ലെങ്കിൽ സമയത്തിനു സ്കൂളിലെത്തില്ല.

ബസ്സ്റ്റോപ്പെത്തി. എന്തൊരു തിരക്ക്!

സ്കൂൾക്കുട്ടികളും ജോലിക്കാരും അങ്ങനെയങ്ങനെ.... മഹാസമുദ്രം!

ബസുകൾ വന്നുംപോയുമിരുന്നു. ഓരോ ബസ് വരുമ്പോഴും, കുട്ടികൾ കയറാൻ നോക്കും. കിളി കൊത്തി

യാട്ടും. എങ്കിലും കുറേപ്പേർ കേറിപ്പറ്റും.

കുട്ടികളോട് ഇവർക്കെന്താണിത്ര ദേഷ്യം? ഇവരും ഒരുകാലത്ത് കുട്ടികളായിരുന്നില്ല്യേ? അതോ ജനിച്ചതു തന്നെ കിള്യായിട്ടോ? എന്താ ഒരൂറ്റം?

"ഞാൻ വലുതായാൽ ബസിലെ കിളിയാകും. വിസിലടിച്ച് എല്ലാ സ്റ്റോപ്പിലും ബസ് നിറുത്തിക്കും. കുട്ടികളെ മുഴുവൻ കേറ്റീട്ടേ ബസ് വിടൂ. തീർച്ച." അവൻ തീരുമാനിച്ചു.

നേരമെന്തായി? ഹാവൂ! ഒമ്പതേകാൽ കഴിഞ്ഞല്ലോ.

ഇനി ബസ് കിട്ടിയാൽത്തന്നെ സമയത്തിന് ക്ലാസിലെത്തില്യ. ഒന്നുകിൽ ഫൈൻ. അല്ലെങ്കിൽ ക്ലാസിനു പുറത്ത്. എന്റീശ്വരന്മാരേ! രക്ഷിക്കണേ! അവൻ പ്രാർഥിച്ചു.

പ്രാർഥനയ്ക്കു ഫലമുണ്ടായി. അതാ, ഒരു വലിയ മത്തങ്ങ ഉരുണ്ടുരുണ്ടുവരുന്നു. എന്തൊരു വേഗത!

അവന്റെ മുന്നിലെത്തിയ മത്തങ്ങ നിന്നു. മത്തങ്ങ പറഞ്ഞു:

“മോനേ, വേഗം പുറത്തുകേറിക്കോ. മുറുക്കിപ്പിടിച്ചോ.”

അവൻ ചാടിക്കേറി.

മത്തങ്ങ ഉരുളാനും തുടങ്ങി, ഉരുളുകയെന്നു പറഞ്ഞാൽപ്പോരാ, പറക്കുകയാണെന്നു തോന്നും.

അവൻ മത്തങ്ങയോട് ചോദിച്ചു: "മത്തങ്ങേ, മത്തങ്ങേ, നീയെവ്ട്ന്നാങ്ങ്നെ കണ്ണും മൂക്കൂല്യാതെ ഓടിവരണേ?"

മത്തങ്ങയ്ക്ക് ദേഷ്യം വന്നു. "കണ്ണും മൂക്കൂല്യാതെ ഓടീട്ടാ നിന്നെ കണ്ടതും നിന്നതും പുറത്തു കേറ്റീതും? ങ്ങാ... തോന്ന്യാസം പറഞ്ഞാല്ണ്ടല്ലോ!"

ശര്യന്നെ. കണ്ണില്ല്യേങ്കി തന്നെ കാണില്യലോ! മനസ്സില്യേങ്കി തന്നെ പൊറത്ത് കേറ്റില്യലോ!

അവൻ പറഞ്ഞു: "എന്നോടു ക്ഷമിക്കൂ. അറി

യാതെ പറഞ്ഞുപോയതാ. ആട്ടെ എവ്ട്ന്നാ വരണത്?"

മത്തങ്ങ: "ലാ! അങ്ങനെ മര്യാദയ്ക്ക് വാ."

"അതേയ്, ആകാശക്കുന്നിന്റെ താഴ്വരേല് പഞ്ചാര പ്പാടത്ത്ന്ന്. പഞ്ചാരപ്പാടത്ത് നെറയെ പഞ്ചാരമത്തങ്ങേ ണ്ട്."

ഹായ്, ഹായ്!

പഞ്ചാരപ്പാടത്തെ പഞ്ചാരമത്തങ്ങ. അവന്റെ വായേല് വെള്ളമൂറി.

മത്തങ്ങ തുടർന്നു: "സംശയണ്ടെങ്കി എന്നെ തൊട്ടു നക്കിനോക്ക്. എന്നിട്ട് പറയ് മധുരം ഉണ്ടോന്ന്."

അവൻ തൊട്ടുനക്കി. എന്തു മധുരം! പഞ്ചാരമത്തങ്ങ തന്നെ.

"എന്നിട്ടെന്തേ അവ്ട്ന്ന് ഓടിപ്പോരാൻ?" അവൻ ചോദിച്ചു.

"അതോ?" മത്തങ്ങ വിശദീകരിച്ചു.

"പഞ്ചാര മത്തങ്ങ ഒക്കെ വെളഞ്ഞപ്പോ പുഞ്ചിരിക്കോലോത്തെ തമ്പുരാട്ടിക്കൊരു മോഹം."

"അതെന്താ?"

"പഞ്ചാരപ്പാടത്തെ പഞ്ചാരമത്തങ്ങ്യോക്കെ ഒന്നു രുചിച്ചുനോക്കണംന്ന്."

"എന്നിട്ട്?"

"തമ്പുരാട്ടി, സേവകന്മാരുടെ അകമ്പടിയോടുകൂടി പാടത്തു വന്നു. ഓരോ മത്തങ്ങേം തൊട്ടുരുചിച്ചുനോക്കാൻ തൊടങ്ങി.

എനിക്കതു കണ്ടപ്പോ അറപ്പുതോന്നി." മത്തങ്ങ മുഖം കോട്ടി അറപ്പ് നടിച്ചു.

"അതെന്തിനാ?" അവൻ അന്വേഷിച്ചു.

"അയ്യേ്യ! ഈ കുട്ടിക്ക് ഒന്നുവറീല്യ.

"തൊട്ട് നക്കീട്ട് കൈ കഴുകാതാ അടുത്തതു തൊടണത്. വല്യ ആളുകളാന്ന് വെച്ചിട്ട് ഒരു വൃത്തീം വെടുപ്പോക്കെ വേണ്ടേ?

എന്റെട്ത്ത് വന്നപ്പഴയ്ക്കും ഞാൻ മധുരോക്കെ ഉള്ളില്ക്ക് വലിച്ചു. എന്നിട്ടു പറഞ്ഞു:

"തമ്പുരാട്ടീ ഞാൻ കൂട്ടം തെറ്റി എങ്ങന്യ്യാ ഈ പാടത്തു വന്നതാണ്. മധുരംല്യാത്ത മത്തങ്ങ്യാ ഞാൻ."

തമ്പുരാട്ടിക്ക് വിശ്വാസായില്ല്യ. കൊറച്ച് ദേഷ്യം വരേം ചെയ്തൂന്ന് തോന്ന്ണൂ. മുഖം വല്ലാണ്ടായി.

എന്നെ തൊട്ട് നാക്കത്ത് വയ്ക്കലും മുഖം ചുളിച്ചൊരു നോട്ടോം വലത്തേ കൈയോണ്ട് എന്നെ പറിച്ച് ഒരേറും. ഒക്കെ പെട്ടെന്നു കഴിഞ്ഞു.

എനിക്കും കൊറച്ച് വേദനിച്ചൂച്ചാലും സന്തോഷായി. തമ്പുരാക്കന്മാരടെ അട്ത്ത്ന്ന് രക്ഷപ്പെട്ടൂലോ!

ഇതന്നെ തരംന്ന് കണ്ട് ഞാനോടി. അങ്ങനെ ഓടി വര്മ്പഴാ നിന്നെ കണ്ടത്. കുട്ട്യോളെ എനിക്കിഷ്ടാണേയ്."

മത്തങ്ങ പറന്നു.

മുമ്പേ പോയ ബസുകൾ ഓരോന്നോരോന്നായി പിന്നിലായി. അങ്ങനെ വേണം. അഹങ്കാരികള്.

അതാ, പെട്ടെന്ന് റെയിൽവേക്രോസ്. ഗേറ്റടച്ചേക്കാണ്. അപ്പറത്തുമിപ്പറത്തും ഒരുപാടു വണ്ടികള്.

സന്തോഷൊക്കെ ഒരുനിമിഷംകൊണ്ടസ്തമിച്ചു.

അപ്പോ മത്തങ്ങ പറയാണ്:

"നീ പേടിക്കണ്ട. ഞാനുരുണ്ടുരുണ്ട് ഗെയ്റ്റിൽ ചെന്നിടിക്കും. ഒരു തമാശ കാണിച്ചുതരാം.

കണ്ടോ..."

മത്തങ്ങ ഉരുണ്ടുരുണ്ട് ഗേറ്റിൽ ചെന്നിടിച്ചു. അതിനു

തൊട്ടുമുമ്പ് അവനിറങ്ങി.

ഗേറ്റിലിടിച്ച മത്തങ്ങ രണ്ടായി പിളർന്നു.

എന്തൊരദ്ഭുതം!

മത്തങ്ങയ്ക്കുള്ളിൽനിന്ന് ഒരു ചാത്തൻ കോഴി പുറത്തുചാടി.

പുറത്തുചാടിയതും 'കൊക്കരക്കോ' എന്നു കൂവിക്കൊണ്ട് കോഴിച്ചാത്തൻ അവനോടു പറഞ്ഞു: "മോനേ, മോനേ വേഗം പുറത്തുകേറ്. നിന്നെ സമയത്തിനു

സ്കൂളില് ഞാനെത്തിച്ചു തരാം. പോരേ?"

അവനു സന്തോഷമായി. അവൻ ആനപ്പുറത്തെന്ന പോലെ കോഴിപ്പുറത്തു കയറി.

കയറേണ്ട താമസം കോഴി പറന്നു. ആളുകൾ അമ്പരന്നു മേലോട്ടു നോക്കി. 'അമ്പട ഞാനേ' എന്ന് അവൻ ഗമയിലങ്ങനെയിരുന്നു.

കോഴി ചിറകു വീശി പറക്കുകയാണ്.

അതാ, സ്കൂളെത്താറായി. സ്കൂളിന്റെ മേൽക്കൂര കാണാം. സെക്കന്റ് ബെല്ല് അടിച്ചിട്ടില്ല്യ. ആവൂ! സമാധാനം.

പെട്ടെന്ന് ചാത്തൻ കോഴി പറഞ്ഞു: "മോനേ, വയറ്റിലൊരു വേദന. മുട്ടയിടാറായീന്നു തോന്നുന്നു. നമുക്കിവടെയിറങ്ങാം."

പറഞ്ഞതും ഇറങ്ങിയതും ഒപ്പം.

അവൻ കോഴിപ്പുറത്തുനിന്നും ഇറങ്ങിയപ്പോഴേക്കും പൂവൻ കോഴി ഒന്നാന്തരമൊരു മുട്ടയിട്ടു.

കോഴി, മുട്ടയോടു പറഞ്ഞു:

"എൻ മുട്ടേ, പൊൻ മുട്ടേ, ഈ പുന്നാരമോനെ നീ സ്കൂളിലെത്തിക്ക്. എനിക്ക് മത്തങ്ങാ വീട്ടില് പോയി മുത്തങ്ങാക്കഷായം കുടിക്കണം."

മുട്ട പറഞ്ഞു: "ശരി, എന്റെ പൊന്നച്ഛാ! പൊയ്ക്കോളൂ."

എന്നിട്ടവനോട്,

"മുട്ടയ്ക്കുള്ളിൽ കേറിക്കോളൂ കുട്ടീ, വാതിൽ തുറക്കാം ഞാൻ."

മുട്ടയുടെ തോടിന്റെ ഒരുഭാഗം പുറത്തേക്ക് ഉന്തിനിന്നു. അവൻ സംശയിച്ചില്ല. ഉള്ളിൽക്കേറി. സമയത്തിന് സ്കൂളിലെത്തേണ്ടതല്ലേ!

മുട്ടയ്ക്കുള്ളില് കേറിയപ്പഴത്തെ രസം കേക്കണോ? അവടെ ഒരു വലിയ കൊമ്പനാന കരിമ്പും തിന്നു നിൽക്കുന്നു.

അവൻ പേടിച്ചു.

പെട്ടെന്നാണ് കൊമ്പൻ അവനെ കണ്ടത്. കൊമ്പൻ സൂക്ഷിച്ചുനോക്കി. വെറച്ചുവെറച്ച് അവൻ പറഞ്ഞു:

“സ്കൂളിലെത്താൻ നേരം വൈകീതോണ്ട് കേറീതാ.

ബസൊന്നും നിർത്ത്ണ്ല്യ. എന്നെ ഒന്നും ചെയ്യര്ത്!"

കൊമ്പൻ പൊട്ടിച്ചിരിച്ചു. എന്നിട്ടു പറഞ്ഞു: "കൊമ്പനാന കുത്തിക്കൊല്ലുമെന്നും ചവിട്ടിക്കൊല്ലുമെന്നുമൊക്കെ കേട്ടിട്ടുണ്ടല്ലേ! പാവം! ഞങ്ങൾ മനുഷ്യരെപ്പോലെയല്ല. ഇങ്ങോട്ടു ദ്രോഹിക്കുന്നവരെ മാത്രമേ അങ്ങോട്ടും എന്തെങ്കിലും ചെയ്യാറുള്ളൂ. അതും ഗതിമുട്ടിയാൽ."

അവന്റെ പേടി അൽപ്പം കുറഞ്ഞു. അവൻ പറഞ്ഞു: "അള മുട്ടിയാൽ ചേരേം കടിക്കും എന്ന് കേട്ടിട്ടുണ്ട്."

കൊമ്പൻ: "അതുതന്നെ മിടുക്കാ. മനുഷ്യർ സ്വന്തം ആവശ്യത്തിന് ഞങ്ങളെ ഉപയോഗിക്കും. ആവശ്യത്തിനു ഭക്ഷണമോ വിശ്രമമോ ഒന്നും തരികയുമില്ല. കണ്ടമാനം ഉപദ്രവിക്കുകയും ചെയ്യും. അപ്പോ, ചിലപ്പോൾ ഞങ്ങളും തിരിച്ചൊന്നു കൊടുക്കും. അത്രയേയുള്ളൂ. ഏതായാലും നീ പേടിക്കണ്ട. ഇനി പേടിയുണ്ടെങ്കിൽ ഞാൻ വാലിലെ ഒരു രോമം തരാം. മോതിരമാക്കി വിരലിലിട്ടോ. പിന്നെ ഒന്നിനേയും പേടിക്കണ്ട."

"പരീക്ഷയേയും...?" അവൻ ചോദിച്ചു.

"ബസിലെ കിളിയെയും ക്ലാസിനെയും പഠിപ്പിനെയും പരീക്ഷയെയും ഒന്നിനേയും പേടിക്കണ്ട. ഇതാ, ആനവാൽ."

കൊമ്പൻ വാലെടുത്തു വായിൽവെച്ച് കൊമ്പുകൊണ്ടു പറിച്ചെടുത്ത്, തുമ്പിക്കൈയിൽ വെച്ച് അവനു നീട്ടി.

അവൻ രണ്ടു കൈയും നീട്ടി ആ സമ്മാനം ഏറ്റുവാങ്ങി.

വാല് മോതിരമാക്കി വിരലിലിട്ടു.

ആനവാൽ മോതിരമിട്ട് കൊമ്പന്റെ വമ്പോടെ കുട്ടൻ ക്ലാസിലേക്കു കയറിച്ചെന്നു.

ആ ആനവാൽ മോതിരത്തിന്റെ പേരാണത്രേ 'ആത്മവിശ്വാസം.'

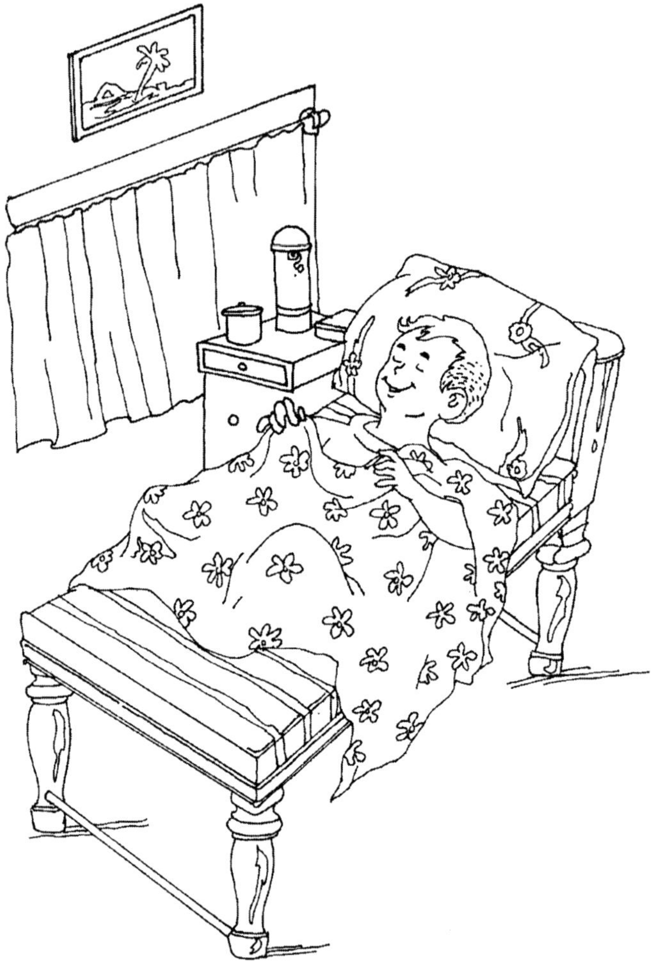

സ്വപ്നക്കുതിര

ഇന്നലെ ഞാനൊരു സ്വപ്നം കണ്ടു.

നല്ല സ്വപ്നം.

നിങ്ങളും സ്വപ്നം കാണാറുണ്ടല്ലോ! സ്വപ്നം കാണാനെന്തു രസാ, അല്ലേ!

രസമില്ലാത്ത സ്വപ്നങ്ങളും ഉണ്ട്. പേടിസ്വപ്നങ്ങൾ.

പക്ഷേ, ഇതങ്ങനെയല്ല. സുന്ദരമായ സ്വപ്നം. സുന്ദരസ്വപ്നം.

'സ്വപ്നം ചിലർക്കു ചില കാലമൊത്തിടും' എന്നാണല്ലോ. ഈ സ്വപ്നം യാഥാർത്ഥ്യമായാൽ ഞാനെത്ര ഭാഗ്യവാനാകുമെന്നോ!

സ്വപ്നക്കഥ കേൾക്കാൻ തിരക്കായി അല്ലേ!

ഇതാ കേട്ടോളൂ!

ഇന്നലെ രാത്രി റേഡിയോവിൽ നിന്നുള്ള ചലച്ചിത്ര ഗാനങ്ങൾ കേട്ടുകൊണ്ടാണ് ഞാൻ ഉറങ്ങാൻ കിടന്നത്.

പല നല്ല പാട്ടുകളും കേട്ടു കേട്ടു, "സ്വപ്നങ്ങൾ, സ്വപ്നങ്ങളേ നിങ്ങൾ" എന്നാരംഭിക്കുന്ന പാട്ടുകേട്ടു കേട്ടങ്ങനെ മയങ്ങി, ഉറങ്ങി.

നല്ല ഉറക്കം.

അപ്പോഴതാ മുത്തശ്ശൻ മുമ്പിൽ വന്നു നിൽക്കുന്നു.

എന്റെ മുത്തശ്ശനെ നിങ്ങൾ കണ്ടിട്ടുണ്ടോ? എന്തൊരു സ്നേഹമാണ് എന്നോടെന്നോ!

കഥ പറഞ്ഞുതരും. പാട്ടുപാടും. കളിസാമാനങ്ങളുണ്ടാക്കിത്തരും. നല്ല മുത്തശ്ശൻ.

മുത്തശ്ശനെ കണ്ടപാടേ ഞാൻ ചോദിച്ചു: "മുത്തശ്ശാ,

മുത്തശ്ശാ, എനിക്ക് മരക്കുതിരേ ഉണ്ടാക്കിത്തരാന്ന് പറഞ്ഞിട്ട്, ണ്ടാക്കിത്തരാതെ മുത്തശ്ശനെങ്ങട്ടാ പോയത്? നല്ല ആളാ!"

"മോനേ, മുത്തശ്ശൻ മോന്റെ മുത്തശ്ശീടടുത്ത് പോയതല്ലേ!"

"മുത്തശ്ശി സ്വർഗത്തിലേക്ക് പോയീന്നല്ലേ മുത്തശ്ശൻ പറഞ്ഞത്?"

"അതെ, മുത്തശ്ശനും സ്വർഗത്തിലിക്ക് തന്ന്യാ പോയത്."

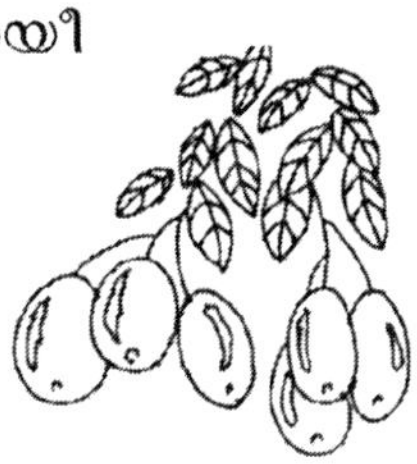

“സ്വർഗെവട്യാ?”

“അങ്ങ് മേലെ.”

“മാനത്തോ?”

“അതിനും മുകളില്.”

“എന്നേം കൊണ്ട്വോവോ സ്വർഗത്തിലിക്ക്?”

“കൊണ്ടുപൂവ്വാലോ! അതിനല്ലേ മുത്തശ്ശൻ വന്നത്. നമ്മള് രണ്ടാൾക്കും കൂടി സ്വർഗത്തിലിക്ക് പൂവാം. മുത്ത

ശ്ശിയെ കാണാം."

"എങ്ങന്യായ നമ്മള് സ്വർഗത്തിലിക്ക് പോണേ? വിമാനത്തിലാ?"

"ഇതു നോക്ക്!"

മുത്തശ്ശൻ പിന്നിലേക്കു ചൂണ്ടിക്കാട്ടി.

ഹായ് കുതിര. മുത്തശ്ശന്റെ പിന്നില് നിക്ക്ണു.

മേലാകെ വെളുത്ത പുള്ളികളുള്ള കറുത്ത കുതിര. കുഞ്ചിരോമോം ആട്ടി അതങ്ങനെ ഗൗരവത്തില് നിൽക്കാണ്.

മുത്തശ്ശൻ പറഞ്ഞു: "നമ്മള് രണ്ടാളും ഇതിന്റെ പൊറത്തുകേറും. സ്വർഗത്തിലെത്തും. മുത്തശ്ശ്യേ കാണും. മോൻ മുത്തശ്ശ്യേ കണ്ടട്ട്ല്ല്യാലോ?"

"ഫോട്ടോവില് കണ്ടിട്ട്ണ്ട്. എന്തൊരു ഭംഗ്യാ മുത്തശ്ശ്യേ കാണാൻ?"

"കാണാൻ മാത്രമല്ല, സ്വഭാവോം നല്ല ഭംഗീള്ളതായിരുന്നു. എന്നേക്കാൾ മുമ്പേ സ്വർഗത്തിലീക്ക് പോയീന്ന് മാത്രം. ന്നാലും ഞാനും ഇപ്പോ ഒപ്പം എത്തീലോ."

"എപ്പഴാ പൂവ്വാ മുത്തശ്ശാ?"

"ദാ, ഇപ്പത്തന്നെ. കുതിരപ്പൊറത്തുകേറി കുതിരേടെ വലത്തേ ചെവി മുമ്പോട്ടു തിരിച്ചാ കുതിര പൊങ്ങും. ഇതൊരു മന്ത്രക്കുതിര്യാ."

അതു കേൾക്കണ്ട താമസം. ഞാൻ കുതിരപ്പൊറത്ത് ചാടിക്കേറി.

"വരട്ടെ, വരട്ടെ"– മുത്തശ്ശൻ പരിഭ്രമിച്ചു. "ഇടത്തേ ചെവി...."

എനിക്ക് കേൾക്കാൻ ക്ഷമ ഉണ്ടായില്യ. ഞാൻ വലത്തേ ചെവി മുമ്പോട്ടു പിടിച്ചു തിരിച്ചു.

ദാ, കുതിര പൊങ്ങിപ്പൊങ്ങിപ്പോണൂ.

മുത്തശ്ശൻ താഴെനിന്ന് "മോനേ, മോനേ" ന്ന് വിളിക്കണത് കൊറച്ച് നേരം കേട്ടു. ഞാൻ ശ്രദ്ധിക്കാൻ പോയില്ല. പിന്നെ അതും കേൾക്കാണ്ട്യായി.

ഞാനത്ര ചെറിയ കുട്ട്യോന്ന്വല്ലല്ലോ! ഒറ്റയ്ക്ക് പോയാ എന്താ വരുന്ന് നോക്കാലോ!

കുതിര അങ്ങനെ പൊങ്ങിപ്പൊങ്ങി പറക്കാണ്.

കുതിരപ്പൊറത്തിരുന്ന് താഴേക്കു നോക്ക്യേപ്പഴേയ്..... എന്താ രസം!

വല്യ വല്യ മലകളൊക്കെ കുന്നിക്കുരുപോലെ.

പുഴകള് കൈത്തോടുപോലെ.

പിന്നെപ്പിന്നെ അവയൊക്കെ ചെറുതായിച്ചെറുതായി തീരെ കാണാതായി.

ഇടോം വലോം മേഘങ്ങള്. മുമ്പിലും മേഘങ്ങള്. പക്ഷേ ഞാനടുത്ത് ചെല്ലുമ്പോ അവ വഴിമാറിത്തരും.

പണ്ട് ശ്രീകൃഷ്ണനേം കൊണ്ട് വസുദേവര് അമ്പാടീലിക്ക് പോവുമ്പോ കാളിന്ദീനദി വഴിമാറിക്കൊടുത്തില്ല്യേ! അതുപോലെ.

അങ്ങനെ പോയിപ്പോയി ആകാശഗംഗേടെ അട്ത്തെത്തി.

ആകാശ ഗംഗാന്ന് പറഞ്ഞാ എന്താന്നറ്യോ?

അനവധി നക്ഷത്രങ്ങളങ്ങനെ പുഴപോലെ....

അതിന്റേം അപ്പറത്താണ് സ്വർഗം.

നക്ഷത്രങ്ങള് എന്നേ കണ്ടപ്പോ ചിരിച്ചു. നിലാവ് പോലുള്ള ചിരി.

ഞാൻ നക്ഷത്രങ്ങളോടു ചോദിച്ചു: "സ്വർഗത്തിലിക്കുള്ള വഴ്യേതാ?"

"കുട്ടീ, ഭൂമീലുള്ള നീയെന്തിനാ സ്വർഗത്തിലിക്ക് പോണേ?"

"മുത്തശ്ശ്യേ കാണാൻ."

"അതിന് നിന്നെ അവട്യ്ക്ക് കടത്തി വിടില്യാലോ! നിനക്ക് ഭൂമീന്ന് പോരാറായിട്ട്ല്ല്യ. അവടെ പഠിച്ച് പഠിച്ച് എന്തൊക്കെ ചെയ്യാൻ ഉണ്ട്. അതൊക്കെ കഴിഞ്ഞാലേ അങ്ങട് കടത്തൂ."

ഈ നക്ഷത്രങ്ങളെന്താങ്ങനെ? പൊറമെ എന്തൊരു ചന്താ? അകത്തു മുഴ്വോൻ കുശുമ്പും.

അത് അങ്ങനെ ആണല്ലോ? മിന്നണതെല്ലാം പൊന്നല്ലല്ലോ! അതന്നെ.

എനിക്കവ്ട്ന്ന് പോന്നാ മതീന്നായി.

അപ്പഴാ ഒരു കാര്യം ഓർത്തെ. പൊങ്ങാൻ ഉള്ള സൂത്രം മുത്തശ്ശൻ പറഞ്ഞു. താഴാൻ ഉള്ള സൂത്രം കേക്കണേനു മുമ്പ് ഞാൻ കുതിരപ്പൊറത്ത് കേറിപ്പൊങ്ങേം ചെയ്തു.

ഇനീപ്പോ എന്താ ചെയ്യാ?

ങ്ഹാ! പിടികിട്ടി.

വലത്തേ ചെവി മുമ്പോട്ടു തിരിച്ചപ്പഴല്ലേ പൊങ്ങീത്. അപ്പോ എടത്തേ ചെവി പിമ്പോട്ടു തിരിച്ചുനോക്ക്യാലോ!

ഹായ്! പണിപറ്റി. അതാ, കുതിര താഴോട്ട്, താഴോട്ട്. കുതിച്ചു കുതിച്ച് കീഴോട്ട്.

പെട്ടെന്നു ഞാൻ കുതിരപ്പൊറത്തൂന്ന് തെറിച്ചുവീണു.

"അയ്യോ...!"

ഞാൻ ഞെട്ടിയുണർന്നു.